பால் வீதி

அப்துல் ரகுமான்

நேஷனல் பப்ளிஷர்ஸ்

2, வடக்கு உஸ்மான் சாலை, முதல் மாடி,
(கோடம்பாக்கம் மேம்பாலம் அருகில்)
தியாகராய நகர், சென்னை - 600 017.
℡ : 2834 3385
E-mail: national_publishers@yahoo.com
Website: www.universalpublishers.co.in

- பால் வீதி

ஆசிரியர்: அப்துல் ரகுமான்
உரிமை © S. வஹிதா

முதற் பதிப்பு - 1974
மறுபதிப்புகள்: 2018, 2022, 2024
பதினாறாம் பதிப்பு : அக்டோபர், 2024

வெளியிடுபவர்

எஸ்.எஸ். ஷாஜஹான்
நேஷனல் பப்ளிஷர்ஸ்
2, வடக்கு உஸ்மான் சாலை,
முதல் மாடி, தியாகராயர் நகர், சென்னை-600 017.
தொலைபேசி : 044 - 28343385

அச்சிட்டோர்
நொவினோ ஆப்செட் பிரிண்டிங் கம்பெனி
சென்னை-600 005.

பக்கங்கள் : 96 (கிரவுன்)
விலை : ரூ. 70.00

ISBN : 978-81-936445-6-0

PAALVEEDHI

Author : **Abdul Rahman**
Copy right © S. Wahida

First Edition - 1974
Re-Edition - 2018, 2022, 2024
Sixteenth Edition - October, 2024

Publisher :
S.S. Sajahan
National Publishers
2, North Usman Road,
T. Nagar, Chennai - 600 017.
✆ : 044 - 28343385

Printed by :
Noveno Offset Printing Company
Chennai - 600 005.

No. of Pages : 96 (Crown)
Price : Rs. 70.00

முன்னுரை

1958இல் மீமெய்ம்மையியல் (சர்ரியலிஸம்) எனக்கு அறிமுகமான போது அதன் வசீகரத்தில் நான் வசியமானேன்.

அடிமனக் கடல் தன் அதிசய ஆழங்களுக்கு என்னை அழைத்தது.

நான் வெறியோடு பாய்ந்தேன். அலைகளோடு விளையாடினேன். மூழ்கினேன். முத்துக் குளித்தேன்.

அந்த முத்துக் குவியல்தான் 'பால்வீதி.

தானியங்கி எழுத்து, வினோதச் சொற் சேர்க்கை, தியான நிலையில் தாமே உதிக்கும் படிமங்கள், குறியீடுகள் என்று மீமெய்ம்மையின் பல்வேறு சாத்தியக் கூறுகளையும் நான் இதில் பரிசோதித்துப் பார்த்திருக்கிறேன்.

'மரணம் முற்றுப்புள்ளி அல்ல' என்ற நூலில் இந்த என் அனுபவங்களை விரிவாக விளக்கியிருக்கிறேன்.

'தொன்ம' உத்தியின் சக்தியை உணர்த்தவும், இந்தியத் தொன்ம வளத்தைக் காட்டவும் தொன்மங்களையும் அதிகமாகப் பயன்படுத்திப் பரிசோதித்திருக்கிறேன்.

இவை என் அந்தரங்க இரவில் அரும்பிய நட்சத்திரங்கள்.

இது நான் பயணம் புறப்பட்ட 'பால்வீதி'.

அப்துல் ரகுமான்

தாரகைகள்

என் தேவனே எனக்குக் கைகொடுத்தீர் 5
முன்னுரையாக ஒரு விண்ணப்பம் 6
அந்தப்புரங்களில் 7
பலிபீடம் 8
சாவி இருக்கும் வரை 9
நிர்வாணத்தை உடுத்து 10
நெற்றிக் கண் 11
தாகம் 13
மௌனாவதாரங்கள் 14
சுட்ட பழம் 16
பாவைச் சமாதி 17
முரண் தொடை 18
தீக்கடை கோல்கள் 19
பார்வை நிழல் 21
வினையாட்டு 22
என் செவியின் சுவாசம் 23
கலை 25
பத்மை 26
சிந்தர் 27
நாத்திகக் கோயில் 28
எரித்த கட்சி 30
தீக்குளியல் 31
சத்திர வாசம் 32
மூடிய இமை 33
சடங்குகளின் கைதிகள் 35
சுவாச சாபம் 36
கண் நதி மூலம் 38
ஞாபக முடிச்சு 39
எனக்கு அந்திகள் இல்லை 40
ஈர்ப்பு 41
ஒற்றை முலை 42
44 கிழிசல்
45 நார்சிஸ்ஸஸ்
46 வேர்வைத் தாலி
49 நீர்ப் பரீட்சை
50 கலியுக இதிகாசம்
53 மெழுகுவத்தி
54 திருஷ்டி பரிகாரம்
56 பாத யாத்திரை
57 எங்கள் நதிக்கரையில்
59 இறப்பு எங்கள் பிறப்புரிமை
60 மயானவாசிகள்
61 கால அந்தாதி
62 உடலுக்கு ஒரு வேகம்
63 கிரகணமாகிய வெளிச்சம்
66 சலவைத் துறை
68 புள்ளிக்கு உதவாதென்று
69 வியர்க்கும் சாமரைகள்
71 மூன்றாவது வர்க்கம்
72 ஐந்தாண்டுக்கு ஒரு முறை
73 பாற்கடலரங்கம்
74 உங்களைத்தான்
75 தந்திக் கம்பங்கள்
76 சாட்சி
77 அறிதுயில்
78 மின்னல்
79 வீழ்ந்த தேவதைகள்
80 ஞான தேவதை
81 தன தேவதை
83 நீதி தேவதை
85 சுதந்திர தேவதை
87 சமாதான தேவதை
88 சபிக்கப்பட்ட பூவனம்
93 விடைகளைத் தேடி
95 மானுடத்தின் மகுடாபிஷேகம்

என் ஆறாவது விரல் வழியே
சிலுவையிலிருந்து
வடிகிறது ரத்தம்
ஆம்-
என் 'மாம்சம்'
வார்த்தை ஆகிறது

● என்
 தேவனே!
எனக்குக்
 கைகொடுத்தீர்!

வண்டுகளையே சூலாக்கும்
மகரந்தம்
என் பூக்களில்
இவற்றை -
அர்ச்சனைக்காகப்
பறித்து விடாதீர்கள்

கோடி சூரியர்களைப் பிழிந்து
நட்சத்திரங்கள் செய்தேன்
இவற்றை-
தேதித்தாள் ஆக்கிவிடாதீர்கள்

பொம்மைகள் தயாரிக்கக்
கருப்பையை
நச்சரிக்காதீர்கள்

மெசியாவின் கரங்களில்
ஒட்டடைக் கோலைத்
திணிக்காதீர்கள்

விரகம் உடுத்திய
இந்தக்
காமுகரின் விரதைகளிடம்
தாலிகளுடன்
அலிகளை அனுப்பிவிடாதீர்கள்

முன்னுரையாக ●
ஒரு
விண்ணப்பம்

நினைவுகளில் சூலாகி
நினைவுகளில் புதைந்து
கணந்தோறும் - எனக்குப்
புதுப்புது அவதாரங்கள்

எண்ணங்களை சுவாசித்து
எண்ணங்களில் நான்றுகொண்டு
பொழுதுக்கும்
வாழ்வோடு கண்ணாமூச்சி

குப்பையைக் கிளராமல்
துயிலை அடைகாக்கவே
அமரும் இமைகள்

நரம்புகளின் காம அழைப்பை
அலட்சியம் செய்து
நெருப்புக் காய்களால்
சதுரங்கமாடும் விரல்கள்

ஒட்டடைக் கோலிலேயே
வலைபின்னும் சிலந்தி நான்
சிக்குகின்ற ஈயும் நான்

● **அந்தப்**
புரங்களில்...

என் வார்த்தையைத் தேடி
இரவின் வாய்க்குள் புகுந்தேன்

அந்தகார ஆழத்தில்
அது
காயமாகப் பூத்திருந்தது

நட்சத்திர வேஷமணிந்த
எழுத்துக்கள்
நிலா முரசைச் சுற்றிப்
பாட்டு ரத்தத்தை
வாந்தி எடுத்தபடி
குரவையாடிக் கொண்டிருந்தன

அர்த்தம்
சந்த பீடத்தில்
தன் சுவாசத்தை
அர்ப்பணம் செய்தது

பலிபீடம் ●

ஞாபக முட்கள்
காயங்களைச் சுட்டி
வட்டமிடும்
என் ஏகாந்தத்தின்
இதயத்துடிப்பாக,
பிரிந்து சென்ற உன்
காலடி ஓசை

● சாவி
இருக்கும்
வரை

துச்சாதனக் கைகள்
நெய்தன என்னை

மஜ்னூனின் அங்கியாகி...
உடுக்கை இழந்தவன் கைகள்
அந்தரங்க அங்கங்கள் வரையத்
திரைச் சீலையாகி...
போதும்... போதும்...

சர்ப்பமே! உன் சட்டையின் மேல்
உடலை அணிந்துகொள்
ஆதாமின் காதலியே!
தோலுரிந்து கொள் நீ
நான்
நிர்வாணத்தை
உடுத்திக்கொள்வேன்

நிர்வாணத்தை ● **உடுத்து**

திலகமாக நடிக்கும்
நெற்றிக் கண்ணே!
நானும்
நக்கீர வேடமிட்ட
மன்மதன் தான்

O

நெற்றிக்கண்
கண்டதும் காதல் எரிந்தது
சாம்பல் விழுந்து
நெற்றிக்கண் எரிந்தது

O

நெற்றிக் கண்ணே!
உன்னை மறைக்கும்
திருநீற்றுக்கோ
மன்மத தகனம்?

O

"இடமே!
உன் கண்ணில் ஏது
என்றுமில்லாத ஆகர்ஷணம்?"
"வலமே!
உன்முன் கிடந்த
சாம்பலைக் குழைத்து
மை தீட்டினேன்"

● நெற்றிக்
கண்

மயக்கத்தில்
நெற்றிக் கண்ணடித்தேன்
ரதியைப் பார்த்து

O

பகலுறக்கக் கனவில்
நெற்றிக் கண் கண்டது
கண்ணீரை

O

வெப்ப விழியிருக்க
வெளிச்சப் பார்வை
மழுங்கிவிட்டது உனக்கு
நெற்றிக் கண்ணே!
இந்தா இந்தப்
பூக்கண்ணாடியை அணிந்துகொள்

O

ஒருநாள்
நெற்றிக் கண் அலறியது
"கோப வெறியில்
என் இமைகளையே
எரித்துக் கொண்டேன்
யாரேனும்
இமைகளைக் கொடுங்கள்
என்னால்
உறங்க முடியவில்லை"

∎

வேலிக்கு வெளியே
தலையை நீட்டிய என்
கிளைகளை வெட்டிய
தோட்டக்காரனே!
வேலிக்கு அடியில்
நழுவும் என் வேர்களை
என்ன செய்வாய்?

ஈசான மூலையில்
யாரோ ஒற்றடை அடிக்க
- அன்றொரு நாள்-
மௌனச் சிலந்தி
என் உதட்டுப் பட்டறைக் கல்லில்
வலைபின்னித் தவித்தது

பின்னொரு நாள்
நான் நாரோடு காத்திருக்க
நறுமணத்தை முணுமுணுத்தே
தன் உதடுகளை உதிர்த்துக் கொண்டது
மௌனப் பூ

தத்துவங்களின் முகம்காண
மௌனச் சுடரை
ஏற்றிவைத்தால்
புகைவிட்டு
எண்ணெயில் முழுகிவிடுகிறது
நாக்குத் திரி

முத்துக்குளிப்பவர்கள்
கூறுகிறார்கள்
கண்ணீர்க் கடலின்
இருண்ட ஆழங்களில்
தியானச் சிப்பிகளின் வாய்க்குள்
மௌனம்
ஒற்றைப் பல்லாக
உருத்திரள்கிறதாம்

மௌனாவதாரங்கள்

சுரங்கம் குடைந்தவர்கள்
சொல்லுகிறார்கள்:
பிரச்சினைகளின் கனத்தால்
அழுத்தப்படும் ஒலிக்கரிதான்
இறுகி இறுகி
மௌன வைரமாகிறதாம்

நானோ, இன்று
சப்த உடலைக் களைந்த
நிர்வாண அர்த்தம்
என்னோடு சங்கமிக்கும்
சாந்தி முகூர்த்தத்திற்கு
மௌன மஞ்சத்தில்
காத்திருக்கும் மணமகன்

∎

தீப மரத்தின்
தீக்கனி உண்ண
விட்டில் வந்தது
கனியோ
விட்டிலை உண்டது

■

சுட்ட ● **பழம்**

தூக்கத் தொட்டிலில்
பசித்தழுத என் கனவைப்
பாசத்துடன் அள்ளி
ரகசியம் விலக்கி
ஊட்டி வளர்த்த நீயும் -

வழியனுப்ப யாருமற்றுப்
புறப்படும்போது தயங்கி
அச்ச நடுக்கத்தோடு
கிடப்பவர் மூக்கிலெல்லாம்
விரல் வைத்துப் பார்க்கும்
இரவென
என் கனவு
தொட்டுப் பார்க்கையில்
உன் உணர்வுகளை
மௌனத்தில் கிடத்தியிருந்த நீயும்-
ஒருத்திதானா?

துயில் சுவாசம் அடங்க
என் அனாதைக் கனவு
அகால மரணமடைந்துவிட்டது
பாவைச் சமாதியில்
அதன் சவ அடக்கம்
பெருமூச்சு உளி
கல்லறை வாசகத் தேர்வில்
இன்னும்
தடுமாறிக் கொண்டிருக்க
இமைப்பீலி வத்திகளில்
திரவச் சுடர்களை
தினமும் ஏற்றிவைக்கிறேன்
நான்

● பாவைச்
சமாதி

ஆதியிலே ஓர் அந்தம்
புதைந்தது
சமாதி
மெதுவாய் அசைந்தது

நீலாம்பரி இமைக்குள்
பூபாளக் கனவு
வைகறை
அந்திப் பூவின் மகரந்தமானது

இருட்டின் வயிற்றில்
ஒளியின் கர்ப்பம்
புன்னகை பிறந்தது
கண்ணீரப் பாடையில்

முரண் ● தொடை

நாரில் பூத்த மலர்கள்
நானும் நீயும்

நாவைத் தொங்கப்போட்டு
வாலாட்டிய என்
பருவத்தின் முன்
வந்து விழுந்தது
என் விலா எலும்போ?

கதகதப்பான கனவுகளைப்
போர்த்து உறங்கிய
என் ஏக்கங்கள்
உன் யதார்த்த கிரணங்களால்
கண் விழித்தன

பாதிகள் நாம் என
உணரும் பசிப்பொழுதில்
செருக்குகளையே ஏந்தி
ஒருவரது வாசலில்
ஒருவர் இரக்கின்றோம்

இருவர்க்கிடையே
இந்த மோக ஈர்ப்பு
பரிணாமத் தூண்டிலின் புழு

நம் சங்கமம்
முரண்தொடை

● தீக்கடை
கோல்கள்

ஒருவரை ஒருவர்
உச்சரித்து
அர்த்தங்களால்
நாம் நிரம்புகிறோம்

மாறும் பருவக் கோப்பைகளில்
நம் பானமும்
மதுவாகிப்
பாலாகி
மருந்தாகப்
பரிணமிக்கும்

சபல வடங்களால் இழுபடும்
என் மனரதத்தின் நிலை
உன்னிடம் தான்

உணர்வுகள் எழுதும்
கணிதக் குறிகளால்
வெவ்வேறு விடையாகும்
எண்கள் நாம்

காலத்தின் அடுக்களையில்
தீக்கடை கோல்கள் நாம்

∎

வெளிச்சம் போதித்த பிறகும்
பகலுக்கு இருக்கும்
சந்தேகங்களாய்
இந்த நிழல்கள்...

இவற்றில்
உன் பார்வைகளை
ஞாபகங் கொண்டு
உறைந்து போகிறேன்

உன் நிழல்களைத்
தாகவெறியோடு அனுபவிக்க
தகிக்கும் வெயிலில்
சில யுகங்கள்
நான் புழுங்கித் துடிப்பேன்

பிறகு-
உன் கருமிக் கண்களுள்
என்னைக்
கண்ணீராகச் சேமித்துக் கொள்

● பார்வை
நிழல்

யதார்த்தப் பகலில்
குறளாய்க் கொடையிரந்து
ஏகாந்த இரவில்
விசுவரூபம் கொண்டு
என்னையே புதைக்கும்
நிழல் நீ

கொடியவளே!
உன் நினைவுகளில்
நீந்த இறங்கியவனை
மீனாக்கி விட்டாயே

வினையாட்டு ●

பிருந்தாவனமெங்கும்
செவிகள் பூக்க
சுவாசத்தை ராகமாக்கி
ராதை - உன்னில்
புல்லாங் குழலாகியிருக்கிறாள்

பாடகி!
என் ஏகாந்த சோபன அறையுள்
உன் முகத்திரை அணிந்த கீதம்
ஸ்வர பாதசரம் ஒலிக்க
நாண அலங்காரத்துடன்
நடந்து வருகிறது

மௌனப் பாலைவெளியில்
யுகம் யுகமாக
அலைந்து திரிந்த
பெருமூச்சுக்கள்
உன் ஆலிங்கன அடைக்கலத்தில்
விம்முகின்றன

தூக்கத்திற்குள் அடங்காத
கனவுமது
பொங்கி நுரைத்துத் ததும்பி
தாபங்களின் இமையே!
உன்னை மீறி வழிகிறது

உன்னை மொய்க்கும்
காற்றின் சிறகுகளில்
சொர்க்க மகரந்த கர்வம்

● என்
செவியின்
சுவாசம்

உன் தாலாட்டில்
காயங்கள் இமைமூடும்

உன் வசியச் சுனையில்
நீர்பருகும் தாகங்கள்
விசுவரூபமெடுக்கும்

என் கண்ணீர் மேகங்களில்
உன் கிரணங்கள்
வர்ணக்கோலம் வரையும்

அர்த்தப் பாதையை விட்டு
உன் காந்தக் காட்டில்
காணாமல் போகும்போது
என்னை
அடையாளம் காண்கிறேன்

(லதா மங்கேஷ்கருக்கு)

■

இமைப் பீலிகளின்
கையெழுத்துப் பிரதியை
அச்சுக் கோக்க
நட்சத்திரங்களை அடுக்கி
அடைப்புக் குறிகளுக்காக
மேக அறையெல்லாம்
இன்னொரு பிறைக்குத்
துளாவும்
மன விரல்கள்

கலை

எனக்குப் பொறாமை உண்டாக்கும்
ஒரே கவிதை நீ!
ஓ... உன்னை
நான் எழுதியிருக்க வேண்டும்

இமைகளில்லாத
வார்த்தை விழிகளில்
படியாமல் போன என்
வர்ண சொப்பனங்கள்
உன்னை வரைய
எப்படிச் சங்கமித்தன?

'தூரிகை
உளி
வீணை
எழுதுகோல்
யாரேனும் வாருங்கள்
நான் பிரசவிக்க வேண்டும்'
என்று துடித்த போது
யோனியாக வாராத அவை
உன்னை ஏந்திய கருப்பையின்
ரத்த நாளங்களாய்ப்
பாசத்துடன் கிடந்தனவோ?

"பத்மை" ●

இரவெல்லாம்
உன் நினைவுகள்
கொசுக்கள்

O

பனித்துளி இல்லாப்
பூவின் இமைகளில்
வீழ்ந்ததென் கண்ணீர்

O

இளவேனில் இரவு
நட்சத்திர முள்ளில்
விரக நிலவு

O

மயான வாசலில்
பழுதாகி நின்றது
ஈனில் ஊர்தி

O

முட்டை கொண்டு
திட்டை ஏறும் எறும்புகள்
அவள் எழுத்துக்கள்

● சிந்தர்

எனக்குள்ளிருந்து
புதையல் எடுக்கக்
காத்திருந்தேன்
ஓ... என் பிரசவம்
சமாதியைத் தோண்டிய
ஓநாய்

ஒரு சமாதி பிரசவித்ததாலா
இது என்
கருப்பையில் அடக்கமானது?

இந்த அசையை
உச்சரிக்கவோ
காலம் என்னை
வாயாக்கியது?

ஜீவ எழுத்தாளனே!
உன் பேனா என்னில்
மைத்துளி உதறியதோ?

என் ஏக்கப் பாத்தியில்
எலும்பை நட்டவனே!
எதற்காக இந்த
விழிப்பூ வாளிகள்?

நாத்திகக் ●
கோயில்

கண்ணீர்...இந்தக் கண்ணீர்
பாதை திருப்பி
அனுப்பப்பட்ட பால்
உருகி வழியும் என்
செல்லக் கொஞ்சல்கள்...
தாலாட்டுக்கள்

*(இறந்து பிறந்த குழந்தையைக் கண்ட
தாயின் குமுறல்)*

மன்மதன் வெறி பிடித்து
முட்கணை தொடுத்தான்

பொறித் தேவதைகளுக்குக்
கோரைப்பல் முளைக்க
சொர்க்கத்தின் பால்மடியைக்
கடித்துத் தின்றன

புரியாய்த் திரண்டு
கழுத்தைச் சுருக்கிட்டன
சுவாசங்கள்

நாறும் வசந்த மயானத்தில்
பூச்சிதையில்
வண்டுப் பிணங்கள்

நிலா உடைந்து
சீழ் வடிந்தது

வீட்டின் சாம்பல் மேட்டில்
விளக்கின் ஊழிக் கூத்து

எரித்த ●
 கட்சி

ஒருவர் நினைவை
ஒருவர் கொளுத்திக்கொண்டு
இருவரும் எரிவோம்
மெதுவாக
நான் மெழுகுத்திரியாக
நீ ஊதுவத்தியாக

வேதனையை நான்
வெளிச்சப்படுத்துகிறேன்
நீ மணம் ஊட்டு

அணைந்ததும் என்னை
மறந்துவிடும் வேதனைக்கு
உன் ஞாபகம்
சுற்றிக் கொண்டிருக்கும்

● **தீக்குளியல்**

அர்த்தங்களின் சந்தையில் நாம்
முகவரிகளைத் தொலைத்துக் கொண்டோம்

திறந்திருந்ததொரு
வார்த்தையுள் நுழைந்து
தாழிட்டுக் கொண்டேன்
விளக்கையும் அணைத்துவிட்டு

மற்றொரு வார்த்தையின் கதவை
நீ தட்டுகிறாய்
என்னைக் கூவி

என்னைக் கண்டதும்
கவிழும் உன் இமைகள்
கொசுவலையா?
மீன் வலையா?

மூடிய கதவின்மேல்
வரவேற்பு வாசகம் போல்
உன் இமைப்பீலிகள்

இந்தப் பூவன வேலிகள்
என்னையல்லவா மேய்கின்றன

இந்தத் திரைகளால் இருளும்
துயிற் பட அரங்கில்
என் கனவுகள் ஓடுமோ?

சில நேரங்களில்
இமைச் சிறகுகளை
விட்டு விட்டு
உன் பார்வைகள்
பறந்து வருவது
என் கிளைகளில்
இரை தேடவோ?
கூடு கட்டவோ?

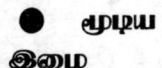 மூடிய
இமை

உன் இதழ்களுக்கு
உறக்கமாகும் மௌனம்
உன் இமைகளில்
மொழியாகுமோ?

உன் இமைகளின்
அடைகாப்பில்
இரு கறுப்பு நிலாக்கள்
அவற்றிலோ
என் இரவுகள் தாகிக்கும்
பௌர்ணமிகள்

சில தருணங்களில்
உன்னையும் மீறி
ரகசியம் கசிய-
நீயே
ஒரு மூடிய இமைதான்

■

புதிய பூப்பின் கர்வமாக
மணம் திரியும் பாதையில்
நீர் தளும்பிச் சிந்தும்
குடமேந்தி
நீ நடந்து வந்தபோது
என் பார்வைகள்
உன்னை நோக்கி நீண்ட
வேர்கள்
அது அன்று

முறையிடும் குரலாகச்
சருகுகள் புலம்பும் பாதையில்
சத்தம் தளும்பிச் சிந்தும்
குழந்தையை ஏந்தி
நீ நடந்து வருகிறபோது
உன் பார்வைகள்
என்னை நோக்கி ஏந்திய
பிச்சைப் பாத்திரங்கள்
இது இன்று

இருவரும்
சடங்குகளின் கைதிகள்

● சடங்குகளின்
கைதிகள்

நீ பரிசளித்த
காகிதப் பூக்கள்
உன் கடிதங்களா தோழி?

கிளி நாக்குகள்
இவற்றைக்
கேலி செய்யலாம்

வியர்வை அருந்திக்
காரணக் காம்பில்
பூத்த இவை
சாம்பல் பூத்த நம்
குறியீட்டுத் தணல்கள்

அசலின் பிச்சைப் பாத்திரம்
இவற்றின் தொட்டியானது

பரிணாமத்தின் கீழ்ஸ்தாயிகள் அற்ற
இவற்றின் கன்னிமைகளில்
மார்க்கண்டேய ஏக்கங்கள்
முறுவலிக்கின்றன

சுவாச ● சாபம்

பருவங்களின் பகடைகளாய்
இரவின்
எச்சிற் படிக்கங்களாய்-
பரிமள மந்திரத்தைக்
காமக் கொச்சையாக்கும்
வேசிகளாய்-
விதிக்கும் சுவாசத்தை
வெறுத்த ஆசைகள்
இவற்றில்
வடிவம் கொண்டன

என் கவித்துவமே!
உன் பாத தூளி
இந்த அகலிகைகள்மீது
படாமல் பார்த்துக்கொள்
ஏனெனில்
அது ஒரு சாபமாகிவிடலாம்

■

மூடிய கடிதத்தின் வாசகங்கள்
முகவரி யாகக் கசிகின்றன

மயானம் நோக்கிக் கனவுச் சவ
மௌன ஊர்வலம் போகிறது

நாட்டைப் பிரிந்த அகதிகளாய்
நட்சத் திரங்கள் நடக்கின்றன

அணைக்கும் சிசுக்களின் கற்பனையில்
அனாதை முலைகள் துளிக்கின்றன

அலைக்கழிக் கப்பட்ட பாற்கடல்கள்
அமிர்தத்தை நஞ்சாய் உமிழ்கின்றன

பரிமாறப் பசிக்கின்ற ஆகர்ஷணம்
பார்வைக்கு மொழிபெயர்ப் பாகின்றது

ஞாபக வெளிச்சத்தின் சந்நிதியில்
சுய ஞானக் குளியல் நடக்கின்றது

கண் ●
 நதி
மூலம்

என்னில் சுரந்து
தேங்கும் இக்கவிதைகள்
என்னைப் பிரதிபலித்து
மோகம் மூட்டிக்
கொன்று விடும்

இங்கே... ஒருநாள்
மரணத்தைக் குடித்து
மலரும் ஒரு பூவாக
என்னைக் காண்பீர்கள்

அந்தத் தருணத்திற்கு
இது
ஒரு ஞாபக முடிச்சு

● ஞாபக முடிச்சு

மரண இமைகளிலிருந்து
நான் துளித்து வழிவேன்

மூச்சுக் கயிறறுந்த
மணியின் நாவிலிருந்து
நட்சத்திரங்கள்
மௌனமாக உதிரும்

ஆயுட் பாதை
முழுவதும்
என் பாதத்தில்
ரேகையாகிவிடும்

வேஷத்தில் வசித்த
அர்த்தம்
திரையின் உட்புறம்
தன் உடலைத் தேடிப்
புறப்படும்

எனக்கு ●
அந்திகள்
இல்லை

என் சிம்மாசனம்
ஆகாயத்தில் என்றாலும்
என் பார்வை
பூமியின் மீதே -
ஒரு நட்சத்திரம் போல்
என் கானங்கள்
மேகங்களில் என்றாலும்
என் முட்டைகள்
மண் மீதே -
ஒரு வானம்பாடிபோல்

○ ஒற்றை முலை

நீர்நெய் அகலில்
நிமிர்ந்த சுடரே!
என் சில இரவுகளைத்
துப்பறிந்தாய் நீ

ஓடவண்டுகள் மொய்க்கும்
சுதை மொட்டே!
உனக்குள் நான்
மகரந்தமானதுண்டு

நெருப்புத் துண்டுளை
விழுங்கும் நான்
உன் மௌன மணலில்
தலைபுதைக்க வந்ததுண்டு

சில நேரங்களில்
உன் பனிநிழல்
என்மேல் உதிர்ந்த
ஆயுதப் பூக்களின் இதழ்களை
அக்கினி நாக்குகள்
ஆக்கியிருக்கின்றது

உன் மடியில் சிந்திக் கிடக்கும்
நாகலிங்கப்பூ ஆசனங்களில்
என் அதிசயங்களுக்குப்
பட்டம் கட்டிய அந்த நாட்கள்-
நினைவிருக்கிறதா உனக்கு?

உன்னைச் சுற்றி நின்று
ஆடும் மரங்களின்
தலைச் சலங்கைகளுக்குக்
கலையாத உன் தவம்
வரங்களை யாசிக்காதது

என் இரண்டாவது கருப்பையின்
அருகில் முளைத்த
ஒற்றை முலையே!
உனக்குள்
ரத்தமாகப் புகுந்து
பாலாகக் கசிந்த நேரங்களில்
வாய்களைத் தேடித்
தவித்திருக்கிறேன்

(மதுரையில் நான் படித்த தியாகராசர் கலைக் கல்லூரியின்
அருகில் இருக்கும் மாரியம்மன் தெப்பக்குளத்து மைய
மண்டபத்தின் ஞாபகத்தில்....)

○ **கிழிசல்**

ஊசிக் கண்ணில்
நூல்கோக்க விடாமல்
தடுக்கிறது
தையல்காரப் பையனின்
கண்ணில்
அப்பக்கம் நுழைந்து
இப்பக்கம் வழியும் நூல்

நார்சிஸ்ஸஸ்

கண்ணாடிச் சமாதியிலிருந்து
என்னை வெறிக்கும் இது
என் பிணம்தான்

என்னிலிருந்து கிழிக்கப்பட்ட
ஒரு தேதித்தாள்
இங்கே... சுவரில்...
சிலுவை அறையப்பட்டிருக்கிறது

இறந்த காலத்தில்
சிறைப்பட்ட என் நிழலை
நிகழ்காலம் எட்டிப் பார்க்க
ஒரு சாளரமா இது?

அர்த்தப் பரிணாமமுடைய
சொல்லாகிய என்னை
வெளிச்சம் - தன்
எழுத்துவழக்கு மொழியில்
வெறும்
சொற்பெயர்ப்புச் செய்திருக்கிறது

கிரண நூலிழை பின்னிய
இந்தக் கைக்குட்டை
விடைபெற்ற ஒரு நேரத்தின்
ஞாபகச் சின்னம்

காலநதி நீரில் விழுந்த
என் பிம்பமே
'நார்சிஸ்ஸ' ஸாகப் பூத்து
ஸ்தம்பித்துவிட்டது

(என் பழைய புகைப்படத்தைப் பார்த்தபோது)

○ வேர்வைத் தாலி

படைப்பின் உச்சியில்
மானுட மகுடம்
அதில்
வியர்வைத் துளிகள்
கோகினூர் வைரங்கள்

ஆதி நிர்வாணத்தில்
முதற்பகலின் கிரணங்கள்
நம்மில் இந்த
முதலுடை நெய்தன

இந்தப் புனிதத் துளிகளால்
மானுடத்தின்
சுயஞான நீராட்டு

இந்த ஞானப்பாலை
அருந்திய பின்னர்
மழலைமண் வாயில்
தேவாரங்கள்

இந்த
ஆதிரைப் பருக்கைகள்
விழுந்ததால்
பூமிப் பாத்திரம்
அமுத சுரபி

அதோ...
இரவில் மின்னும் அவை
நட்சத்திரங்களல்ல
விடியலைப் பிரசவிக்கும்
வேதனையில்
இருளுக்குத் துளித்த
வியர்வை

இதோ....
புல்மீது கிடப்பவை
பனித்துளிகள் அல்ல
மௌனம் என்ற
கனமான மொழியைப்
பேசியதில்
இந்த
மெல்லிய இதழ்களுக்கு
வியர்த்துவிட்டது

இந்தத் துளிகளை
அற்பமானவை என்றா
நினைத்தீர்கள்?
வானங்களைச்
செருப்பாக்கிவிடும்
வாமனர்களின்
விசுவரூபத்திற்கு
இவையே
தாரை வார்ப்பு

சில வேளைகளில்
'ட்ரகுலா'வை உயிர்ப்பிக்கும்
ரத்தத் துளிகளும்
இவையே

யுக எழுதுகோல்களே!
ஆதியாகமத்தைத் திருத்துங்கள்
'முகத்தின் வேர்வையால்
ஆகாரம் புசிப்பது'
சாபமல்ல
வரம்
பிறர் வேர்வையைக்
குடிக்கிறவர்களையே
எங்கள் ஏதேன்
துரத்தியடிக்கும்

இடிகளே!
ஒன்றுகூடி முழங்குங்கள்
உங்கள் பிரகடன
அதிர்ச்சியிலேயே
பூமிப் பெண்ணின்
பதிவுத் திருமணங்கள்
ரத்தாகட்டும்
இனி எப்போதும் அதற்கு
வேர்வையே தாலி

நீர்ப்பரீட்சை

நெருப்பின் நாக்கு
நிரூபித்த கற்பை
ஒரு வண்ணானின் நாக்கு
அழுக்காக்கியது

மானம் காக்கத்
தன் விரத ஆடையைக்
களைந்தெறிந்தான் இராமன்

○ **கலியுக**
இதிகாசம்

தீபங்கள்
தலைகீழாய்த் தொங்கும்
இந்த யுகத்தில்

அவதார வாசல்தோறும்
சிவப்பு முக்கோணக்
கம்சர்கள்

காமத்தின்
தர்மார்த்த மோட்சங்களை
உபதேசிக்கும்
'புத்தலை'த் தொடர்கதையை
உலோகத் தந்தம்
பொறித்துவர
வாய்மலர்ந்தருளுகிறார்
வியாச பகவான்

பெயர்துறந்த இளங்கோக்கள்
பத்தினிப் பெயர் அணிந்து
சிவப்பு விளக்கு வீதியெங்கும்
சீத்தலைச்சாத்திகளை
மோப்பம்பிடித்தலைகின்றனர்

கண்ண பெருமான்களின்
பொன்மாளிகைச் சுலோகங்களில்
மயங்கி
இருக்கும் அவலையும்
பறிகொடுக்கிறார்கள்
குசேலர்கள்

எண்ணிக்கையே தர்மமாகிய
குருஷேத்திரத்தில்
வெற்றிகளெல்லாம்
கௌரவர்களுக்கே
போய்ச்சேர்கின்றன

அவர்கள் விருந்து மண்டபத்தில்
'காபரே' ஆடுகிறாள்
பாஞ்சாலி

பாரங்களைத் தானே துறந்து
சுய ஆரண்யங்களில்
சூர்ப்பணகைகளுடன்
அம்மணமாய்த் திரியும்
இராமர்கள்

மாயமான்களின் மோகத்தில்
இராவணர்களிடம்
சோரம்போகும்
சீதைகள்

விற்க எதுவும் இல்லாததால்
கண்ணகிகளைப்
பேரம்பேசும்
கோவலர்கள்

கோவலரின் படுகொலையை
மூடி மறைக்க
உயிரோடு கொளுத்தப்படும்
கண்ணகிகள்

உதய குமரர்களுக்குத்
தங்கள் உடல்களையே
அட்சய பாத்திரமாக்கித்
தம்வயிற்றுப் பசியைத்
தணித்துக் கொள்ளும்
மணிமேகலைகள்

இவர்களே
இந்த யுகத்தின்
இதிகாசப் பாத்திரங்கள்

மெழுகுவத்தி ○

ஒற்றை நெருப்பு உதட்டின்
வாசிப்பில்
புல்லாங் குழலே
உருகுகிறது

திருஷ்டி பரிகாரம்

அந்திச் சிலுவையில்
அன்றாடம்
அறையப்பட்டுப்
புதைக்கப்பட்டும்
புத்துயிர் பெற்று
எழுந்துவிடுகிறாய் நீ
சூரியனே!

மன்மத இரவைச்
சுட்டெரிக்கும்
நெற்றிக் கண்ணாய்க்
கனல்கிறாய்

ஆகாயத்தின்
அம்மைக் கொப்புளங்களை
ஆற்றி விடுகிறாய்!

பச்சை இமைகளில்
தேங்கிக் கிடக்கும்
கண்ணீர் துடைக்கிறாய்

மங்கல வெறியில்
திரியும் திலகமாகிறாய்

உப்புநீர்க் கடலில்
கடையாமலேயே
அமிர்தம் எடுக்கிறாய்

தூங்கும் இளவரசியின்
உதடுகளாய்க் கிடக்கும்
இதழ்களை
இமைகளை
சிறகுகளை
கிரணங்களால்
முத்தமிடுகிறாய்

விழிகளுக்கெல்லாம்
வெளிப்பாவை ஆகிறாய்

கிரக விட்டில்களின்
காதல் தீபமானாய்

சமைக்கிறாய்
புடம்போடுகிறாய்
எல்லாம் சரிதான்

ஆனால்...

தெருமுனையில்
தன் வாழ்க்கையே போல்
விரிந்து கிடக்கும்
பீற்றல் துணிமுன்
உட்கார்ந்திருக்கும்
பிச்சைக்காரனின் விழிக் குழிகளுக்குள்
நீ சறுக்கி விழுந்து
ஊனமடையும்
அன்றாட விபத்தையே
கூட்டம் கூடிப் பார்க்கும்
என் எண்ணங்கள்

○ **பாத யாத்திரை**

"ஒரு வழியாய்
நம் எஜமானச் சுமையைத்
தூக்கி எறிந்துவிட்டோம்"

"இப்பொழுது என்ன செய்யலாம்?"

"சுதந்திரப் பாதங்கள் நாம்
நமக்காக நாமாக நடப்போம்"

"இப்பொழுதும் நாமே நடப்பதா?
கூடாது
பாதையை நடக்கச் சொல்"

"பசிக்கிறது நமக்கு
வா, நம்
சுவடுகளின் அறுவடையை
உண்போம்"

"எச்சரிக்கையாய் இரு
பாதையின் கூரிய கற்கள்
நம் நகப்பலகைகளில்
பத்துக் கட்டளைகள் எழுதக்
காத்திருக்கின்றன"

எங்கள் நதிக்கரையில்...

எங்கள் நதிக்கரையில்
பெங்குவின் பறவைகள்
முதுமக்கள் தாழிகளில்
முட்டையிடும்

நாவை நட்டு
விழிகளை அர்ச்சித்து
வெறியாடும் பக்தர்கள்

அக்கரையில் சந்தை
கூடியிருக்க-
பாசி பிடிக்கிறதென்று
படகைத் தரையிலேற்றிக்
கழுவிக்கொண்டேயிருக்கும்
ஓடக்காரர்கள்

பாம்பின் பற்களைப் பழித்து-
பச்சை குத்தத்
தன் அலகைப் பரிந்துரைக்கும்
கருடர்கள்

புராதனமானதென
நாசியால் சுவாசிப்பதை மறுத்துக்
காதால் சுவாசிக்க முயலும்
யோகிகள்

துரட்டியில்
கொடியேற்ற,
கோவணங்களை அவிழ்க்கும்
செம்மறி மேய்ப்பர்கள்

எங்கள் நதிக்கரையில்..

மாமிசக் குடங்களைக் கவிழ்த்துத்
தாகம் தணியும்
படித்துறைகள்

மண்ணுக்கு வெளியில் வந்து
மரங்களைத் தின்னும் வேர்கள்

மூழ்கிச் செத்த தாகங்கள்
ஒதுங்கும்

அடிக்கடி

எங்கள் நதிக்கரையில்

இறப்பு ○
எங்கள்
பிறப்புரிமை

ஆலகாலத்திற்கே
பாற்கடல் கடைந்தோம்
அமுதம் வந்தது
அவசரமாய்க் குடித்து
விக்கிச் செத்தோம்

மயான வாசிகள்

முற்றுப் புள்ளியில்
குடியேறிய அர்த்தம்போல்
மாமிச பட்சிணி மண்ணில்
அந்த மனிதர்களின் பிழைப்பு

ஓர் எதிர்ப்பதத் தாய்க்கு
'அப்பிரசவம்' பார்க்கும்
தாதிகள்

மரணம் விட்டெறியும்
சுவாசங்களை
எச்சில் பொறுக்க
ஓ... அதன் குப்பைத் தொட்டியில்
ஆவலோடு காத்திருக்கும்
அந்த மயான வாசிகள்!

கால ○
அந்தாதி

நரைத்துத் தோன்றிக்
கறுத்து உதிரும்
தின ரோமங்களைச்
சவுரி செய்யச்
சரித்திரம் திரட்டும்;
என் நினைவுகளும்தான்

ஒவ்வோர் 'இன்றின்' புடைப்பும்
'நேற்'றின் சமாதி
'நாளை'யின் கர்ப்பம்;
என் கனவுகளுக்கும்தான்

சில விநாடிகளில்
நான் கண்ணீர் வடிக்க.
நாட்காட்டி மஞ்சத்தில்
பிணங்கள்
விரகத்தால் செத்த
என் காமுகிகள்

○ உடலுக்கு
ஒரு வேகம்

"சுதந்திரம் எனது
பிறப்புரிமை" என்றது
சிறைக்கூடம்
உள்ளே இருந்த
ஆயுட்கைதி
சிரித்துக்கொண்டான்

கிரகணமாகிய வெளிச்சம்

அந்த நாட்கள்
போய்விட்டன
சந்திரனே!

முல்லை நிறப் புரவிகள் பூட்டிய
உன் மூன்று சக்கரத் தேர்
நாகவீதியோடு
விபத்திற்குள்ளாகிவிட்டது

உன் உடலில் ஒட்டிய
தேவ அட்டைகள்
சுடப்பட்டுவிட்டன

எங்கள் தலைச் சஞ்சீவி
வாசனையில்
உன்னை விழுங்கி உமிழ்ந்த
நிழற் பாம்புகள்
கயிறுகளாயின

உன் சாபக் கறைகளைத் துடைத்த
எங்கள் சூரிய கிரணங்கள்
ஓ... உன் மேனியைக்
கருக்கியும் விட்டன

உன் வர்ண உருவத் தோல்கள்
உரிந்துவிழ
நீ இன்று
வெறும் எலும்பு நிர்வாணமானாய்

தவறான நோய்க்கணிப்பால்
சடை மருத்துவ மனையில்
இத்தனை நாள்
வீணே கிடந்துவிட்டாய்

உன் கவந்த கிடாரங்கள்
முயலை விழுங்கிவிட்டன

நரைநூலில் நெய்த
சவத்துணி போர்த்துக் கிடக்கிறாள்
பருத்திக் கிழவி

நட்சத்திரக் கன்னியரின்
நாடகத் தாலிகள்
கழற்றப்பட்டுவிட்டன

நிலவே! நிலவே!... நீ
ஒரு காலத்தில்
பார்வைப் பூக்கள் அர்ச்சிக்க
அழகின் சிம்மானத்தில்
கொலுவீற்றிருந்தாயே!

இன்றோ-
நிரந்தர அமாவாசையில்
உன் தெய்வீக ஒளிவட்டம்

பூமிச் செக்கில்
கால நெய்யாட்ட
வெளிச்ச வியர்வை சிந்திச்
சுற்றிவரும்
ஆகர்ஷணத்தின் கைதியாக நீ...

(நீக்ரோவின் வெண்மகளே!
தூரத் திரைகள் கிழிய
உன் மோகன மூடுபல்லக்கு
யதார்த்தங்களின் தோளில்
பாடையாகுமோ?

பூமியின்
நெற்றிக் கண் விழிப்பில்
உன் வசியவலை
நீறாகுமோ?)

தாகங்கள்
கற்பிழக்கும் இந்த யுகத்தில்
சில நிலாமுகிகள்
மின் கிரணம் பருகி
ரமித்தாலும்
சந்திரனே!
கந்தர்வ அல்லிகள்
தம் மோக முறுவல்களை
உன் சந்நிதிக்கே
அர்ப்பணம் செய்யும்

○ சலவைத் துறை

"வயது அழுக்கை
வெளுத்துத் தருவாயா நீ?"

"உங்கள் உடை
சாயம் தோய்கிறதய்யா!
சாயம் அழுக்கல்ல"

"ஆதாம் ஏவாளின்
ஆடைகளை
வெளுத்திருக்கிறாயா?"

"இயலாது
அழுக்காக
அவர்களே ஆகி
அதை மறைக்கவே
உடுத்தார்கள்"

"இரண்டாயிரம் ஆண்டுப் பழைய
அங்கியின் ரத்தக் கறையை
ஏன் போக்கவில்லை நீ?"

"அது கறையல்ல ஐயா!
கறைகளைக் கழுவப்
பீறிட்டு வந்த
வான்நதி நீர்
அன்று-
பூமியின் உடையைப் பிழிந்து
சிலுவையில் காயப்போட்டேன்
வானம் எடுத்து
உடுத்திக்கொண்டது"

"நந்தனாரை
நெருப்பில்
சலவை செய்தாயா?"

"இல்லை
சாயம் போக்கச்
சொன்னார்கள்
போன சாயம்
தோய்த்தவன் முகத்தில்
கரியானது"

"உன் முகத்தில் ஏன்
கவலைக் கறை"

"சூரியச் சவுக்காரங்கள்
தேய்ந்துகொண்டு வருகின்றன
கண்ணீர் நதிகள்
வற்றிக்கொண்டு போகின்றன"

"முதுகில் என்ன
மூட்டை?"

"அழுக்கேறிய
கங்கைத் துணி"

○ **புள்ளிக்கு உதவாதென்று...**

விலக்கப்பட்ட கனிக்கும்
உண்ண வற்புறுத்தும்
அரவுக்கும் அஞ்சி
ஏதேனை விட்டு
வெளியேறுகிறார்கள் ஆதாம்கள்

வியர்க்கும் சாமரைகள்

அசைந்து அசைந்து
ஒருநாள்
சாமரைகளுக்கு
வியர்க்கத் தொடங்கியது
துளிகள் சிதறின

வெண்குடைக் கபாலங்களின் அருகே
இற்றுக் கிடந்த சிங்கம்
எச்சில் தெறித்ததாய் எண்ணி
கர்ஜிக்க முயன்று
இருமியது

சத்த அதிர்ச்சியில்
எஞ்சியிருந்த பிடரிமயிரும்
உதிர்ந்தது

பொக்கை வாயை
விழுந்து அடைத்தது
பூகோளப் பழம்

மூச்சுத் திணறிச்
செத்தது சிங்கம்

நழுவிய பழம்
ஆகர்ஷணக் காம்பில்போய்
ஒட்டிக்கொண்டது

சவத்தைச் சுற்றிச்
சுண்டெலிகளின்
கும்மாளக் கும்மி

சந்தடியில்
ஒரு சுண்டெலி
சவத்தைக் கடித்துக்
கசிந்த கறுப்பு ரத்தத்தை
நக்கியது

உடனே...
தடித்துப் பரிணமித்துப்
பிடரிமயிர் பீறிடக்
காடெலாம் அதிர
கர்ஜனை செய்தது

விலவிலத்த சுண்டெலிகள்
கூச்செறிந்த மயிர்உதிர
மூச்சிறைக்க ஓடிப்போய்
ஒளிந்தன வளைகளுக்குள்

எலிமயிர்ச் சாமரைகள்
அசையத் தொடங்கின
அசைந்து அசைந்து...

மூன்றாவது வர்க்கம்

இரவில்-
நகர நடைபாதையில்
கிடக்கும் இந்தக்
குளிரெழுதிய கேள்விக் குறிகள்
வர்க்கங்களிடம்
தங்கள்
விலாசம் விசாரிக்கும்

பகலில்-
சுவாச வேர்கள்
நீளும் இடமெங்கும்
காற்று இறுகத்
திணறும் இந்த மரங்கள்
பார்க்க, சர்க்கரை கோரி
கோஷநுரை வீசி
ஊர்வலம் போகும்
பால்வெள்ளங்கள்

இரவில்-
கனவுத் துறைகளில்
நீர் அருந்தும்
இந்தத் தாகிகள்
இமைகளுக்குள்
வாழ்கிறவர்

இரவிலும் பகலிலும்-
வாழ்க்கைப் பக்கத்தின்
அடியில் கிடக்கும்
இவர்கள்
பாட பேதங்கள்

ஐந்தாண்டுக்கு ஒருமுறை

புறத்திணைச் சுயம்வர மண்டபத்தில்
போலி நளன்களின் கூட்டம்
கையில் மாலையுடன்
குருட்டுத் தமயந்தி

○ பாற்கடலரங்கம்

கூர்ந்து பார்த்ததில்
அடையாளம் புரிந்தது
எல்லோரும்
நேற்றைய நாடகத்தின்
பாத்திரந்தாங்கிகளே

இதோ
இளம்பெண்ணாக
ஔவைக் கிழவி
நன்னனாக
அதிகமான்
மாங்காயாக
நெல்லிக்கனி

○ உங்களைத்தான்

தீப மேனகைகளின்
நடனத்தை நிறுத்துங்கள்
இரவின் மாதவம் முதிரட்டும்
இந்திரன் ஆசனம் அதிரட்டும்

தந்திக் ○
கம்பங்கள்

உலோகக் கோடுகளின் மேலே
தூக்கணாங் குருவிகள்
அலகினால் எழுதிய
இசைச்சங்கேத எழுத்துக்கள்
உள்ளே
வாழ்க்கை மீட்டும்
எதிர்ப்பத ராகங்கள்

உச்சி வேர்களால்
ஓசையை உறிஞ்சும்
இந்த மலட்டு மரங்கள்
வந்தமரும்
மாமிச மலர்களால்
வசந்தவேஷம் கட்டும்

○ சாட்சி

வெண்புள்ளி குத்திய
இரவு நீக்ரோவைப்
படுகொலை செய்கிறான்
வெள்ளையன்

தரையின்
பச்சை நாக்குகளில்
வார்த்தையாக முயலும்
ரத்தத் துளிகள்

அறிதுயில் ○

திருவோட்டுத் தலையணையிலிருந்து
எரிந்து விழித்தவன்
முனகினான்

இரவுத் தொட்டியில்
எச்சில் இலையின்
நட்சத்திரப் பருக்கையை
நக்கிய சூரியநாய்
என்னையும் கடித்துத்
தொலைக்கிறதே

○ மின்னல்

வான உற்சவத்தின்
வாண வேடிக்கை

முகிற்புற்று கக்கும்
நெருப்புப் பாம்புகள்

கறுப்பு உதட்டின்
வெளிச்ச உளறல்

இடிச்சொற்பொழிவின்
சுருக்கெழுத்து

வரங்களே
சாபங்கள்
ஆகுமென்றால்
இங்கே
தவங்கள்
எதற்காக?

வீழ்ந்த தேவதைகள்

ஒரு கையில்
பச்சோந்திக் கொடி
ஒரு கையில்
காசு மாலை
வீணையை உடைத்த கைகள்
கறுப்பு அங்கியை நெய்யும்

சீழாட்டுச் சடங்கால்
ஞான தேவதை
மதம் மாறிவிட்டாள்

கறுத்த தாமரையில்
சேற்று நாற்றம்

அவள் காணிக்கை உண்டியலில்
கட்டை விரல்கள்

நாமாவளியை
வாந்தி எடுக்கக்
கீறல் விழுந்த
இசைத்தட்டுக்கள்

கபால அகற்சுடரின்
வரையறுத்த கிரணங்கள்
தரிசிக்கும் விழிகளுக்கு
கிரகணமாகும்

●
ஞானதேவதை

உன்னை வடித்தது
பாவை விளக்காக
நீ ஏன்
கருவறையில் போயமர்ந்தாய்

தாலிகட்டிக் கொண்டதால்
நீ கற்பிழந்தாய்

வியர்வை தெளித்து
எலும்புமாக் கோலமிட்டு
ஏக்க தீபங்கள் எரியும்
வாசல்களைப் புறக்கணித்து
வசியக்காரரின்
கொல்லைப்புற வழியே
சாக்கடை அப்பிய
கால்களோடு நுழைகிறாய்

உன் கோயில்
ஒரு காந்தச் சந்தை
அங்கே
நட்சத்திரங்கள்
தங்கள் வெளிச்சத்தை
விற்றுவிடுகின்றன

●
தன தேவதை

நாவுகளுக்கெல்லாம்
உன் ஜப ஜன்னி

உன்மேல் எறியப்படும்
கல்லும்
சாக்கிய நாயனாருடையது

எங்கள் தோட்டத்துப்
பூக்களிலெல்லாம்
உன்கோயில் வௌவால்களின்
எச்சம்
உன் பிரகாரமெங்கும்
கழுகு முட்டைகள்

உன் கோயிலுக்கு
வெளியே
நெடுங்காலமாக நிற்கும்
நந்தனார்களின் கண்களில்
நெருப்புக் குண்டம் தயாராகிறது

போ...
போய் அதில் குளித்துக்கொள்

■

கொலைவாள்
உன்கைக்கு மட்டும்
எப்படி ஆபரணமாகிறது?

ரத்தம்
உன் நகங்களில் மட்டும்
எப்படி மருதாணி ஆகிறது?

ஏ, நீதி தேவதையே!
உன் வாள் முதலில்
உன் கண்கட்டை அறுக்கட்டும்

முடவர்கள் மட்டுமே
அகப்பட்டுக் கொண்டிருக்கும்
இந்தக் கண்ணாமூச்சியை
எப்பொழுது நிறுத்தப் போகிறாய்?

உன் குருட்டு வாள்வீச்சில்
தலைகளுக்குப் பதில்
கைகள் வெட்டப்பட்டு விடுகின்றன

உன் தராசுத் தட்டுக்களைக்
கொஞ்சம் கண்திறந்து பார்!
அங்கே-
புறாவின் மாமிசத்தை,
சிபிகள் உண்ண ஆரம்பித்துவிட்டார்கள்

●
நீதி தேவதை

இரும்பு இமை தாண்டிக்
குறுகிய வாய்வழி பாயும்
வெள்ளிப் பாவைகள் மட்டுமே
தரிசிக்க-
உண்டியலே உன்
கருவறை ஆனது

தரகர்கள் உன்
பூசாரிகள் ஆனார்கள்
மனசாட்சியின் நாக்குகள்
உன் வாசலில் கழற்றிவைக்கும்
செருப்புக்களாகிவிட்டன

நரக எச்சரிக்கைகளே
நிறைந்திருக்கும்
உன்வேதத்தில்
சொர்க்க வாக்குறுதிகள்
இல்லையே ஏன்?

∎

சுவாச தானங்களால்
உயிர்ப்பித்தோம் உன்னை
சுதந்திர தேவி!
உன் கோயிலே
எங்கள் சிறையானது

வைகறையாக
உன்னை வார்த்தது
உப்பரிகைகள் மட்டுமே
உறிஞ்சிக் குடிக்கவோ?

உனக்காகத்
தூக்கு மரங்களில்
உடற்கொடிகள் ஏற்றியது
அரைக்கம்பக் கொடிகளாய்
அலைந்து திரியவோ?

பிள்ளைகள் கூடிப்
பிரசவித்த தாய் நீ
என்பதாலா உனக்கு
மார்பகம் இல்லாது
போயிற்று?

உன் சிறகுகள்
முளைத்தவையல்ல
கட்டிவைத்தவை

●

சுதந்திர தேவதை

எங்கள் விலங்குகள்
கழற்றப்படவில்லை
சாவிகள்தாம்
கைமாறின

உன் பஜனைப் பாடல்
உதடுகளை அரிக்கிறது

உன் திருவிழாநாளில் மட்டும்
பிச்சைப் பாத்திரங்களை
மகுடங்களாக அணியும்
'ராஜபார்ட்'டுகள் நாங்கள்

சமாதான தேவதை
ஊர்வலம் வருகிறாள்

காகித வீதியில்
கருட வாகனத்தில்
சமாதான தேவதை
ஊர்வலம் வருகிறாள்

சிறகுக் குடலைகள்
ஒலிமலர் சொரிய
உந்திக் கொடிப் பூப்
பன்னீர் மணக்க
சங்கிலிச் சக்கர
நாதசுரங்கள்
மேளம் கொட்ட
வெண்புறாச் சிறகுத்
தோரணம் ஆட
சமாதான தேவதை
ஊர்வலம் வருகிறாள்

தவற விட்டால்
தரிசனம் கிடைக்காது
ஓடி வாருங்கள்
வேடிக்கை
பார்க்கலாம்

சமாதான தேவதை
ஊர்வலம் வருகிறாள்

●
சமாதான தேவதை

சபிக்கப்பட்ட பூவனம்

எந்த விலக்கப்பட்ட ரத்தத்தை
இந்த வேர்கள் குடித்தன?
ஓ... இந்தப் பூவனம்
சபிக்கப்பட்டுவிட்டது

ஒப்பனை வதன
மேகநோய்ப் பூக்கள்
இங்கே
வண்டுகளின் சுவாசங்களையே
உறிஞ்சுகின்றன

மூலிகைகளில்
நாகப் பற்கள்
அரும்புகின்றன

நறுமணங்களில் நீராட வரும்
தென்றல்
நாற்றப் புதைசேற்றில்
சிக்கிக் கொள்கிறது

இதைத் தொடும்
கிரண விரல்களில்
குட்டரோகம் தொற்றுகிறது

இலையுதிர் காலத்தின்
அட்டகாசப் படையெடுப்பில்
கிளைவாசப் பறவைகளின்
சிறகுகள் உதிர்கின்றன

வசந்தம் இங்கே
வரும்போதெல்லாம்
வேலியின்
மிருக நகங்களால்
கிழிக்கப்பட்டு
மரண மூர்ச்சை அடைகிறது
ஜீவ வர்ணங்களை
வானவில்லில் முகந்த
அதன் கலசங்கள்
அறுத்த மார்பகங்களாய்த்
தரையில்
சிதறி விழுகின்றன

இந்த விதைமயானத்தில்
தோட்டக்காரர்கள்
தூக்கு மரங்களை நடுகிறார்கள்
ஒழிந்த நேரத்தில்
மகுடங்கள் தயாரிக்க
முட்களைத் திரட்டுகிறார்கள்

ஆதியிலே
ஏதேன் தோட்டத்தில்
விலக்கப்பட்ட கனிமரத்தை
வைத்தவனே!
இதோ... உன்
சாபத்தைப் பழிவாங்கும்
சிலுவை மரங்கள்
இந்தப் பசிகொண்ட மரங்கள்
மாமிச பட்சிணிகளாகிவிட்டன.

ஒரு சூரியனைப் பிரசவித்த
போதியின் நிழல்
வெளிச்சத்தை அரிக்கும்
வியாதியாகிவிட்டது

ஒரு சின்முத்திரையில்
ஞான சூட்சுமத்தையே
அபிநயித்த விரல்களின்
சலங்கையில்லாத நடனத்தை
அரங்கேற்றிய
அதே கல்லாலின் கீழ்
நிமிர்ந்து நின்ற
திரிசூல விரல்கள்
எண்ணாயிரம் எலுமிச்சம்பழங்கள்
செருகும்
கழுமரங்களாயின

ஒரு மௌனவார்த்தையை
உதிர்த்து
பூமியின் காந்தக் காதலை
வெளிப்படுத்திய
கற்பகத்தின் கிளைகளில்
இன்று
பிணந்தின்னிக் கழுகுகள்
நெருப்புமுட்டை இடுகின்றன
●

முதுகுமுகக்காரர்களே!
இந்த மரங்களிலா
வழிகாட்டிகளைச் செய்கிறீர்கள்
வேண்டாம்
இவை
உங்கள் பாதங்களையே
காணிக்கையாகக் கேட்கும்

இந்தக் காட்டிலிருந்து
குடிபெயர்ந்தவர்களுக்காகப்
புதிய மரம்நடு விழாக்கள்
நடந்தன

ஊரெங்கும்
கொடிமரக்காடு

வேர்விடாத இவற்றுக்கு
வேர்வைப் பூவாளிகள்தாம்
எத்தனை?

துணியிலைகளைத்
தத்தெடுக்கும்
இந்த மரங்களைச் சுற்றி
எத்தனை தாக வண்டுகள்?

இளைப்பாற வந்த நிழல்களே
இங்கே புழுங்குகின்றன.

●

இனியும் சகிக்க முடியாது

கண்ணீர்க் கடலடியில்
உறங்கிக் கிடக்கும்
வடவாமுகாக்கினியை
உசுப்பிவிடுவோம் வாருங்கள்!

ஒரு சங்காரத்தால்
இந்த பூமி பண்படுத்தப்பட்டபின்
நட்சத்திர விதைகளைத்
தூவுவோம் இங்கே

விடைகளைத்
தேடி...

''நங்கூரம் அறுத்தெறிந்து
கேள்விக் கடல்மீது
புறப்பட்ட கலமே! உன்
இலட்சியம்தான் எவ்விடமோ?''

''இலட்சியம்தான் இக்கலத்தை
இயக்குகின்ற மாலுமி''

''இரவிலோ பகலிலோ
என்றேனும் ஓய்வுண்டோ?''

''இரவு பகல்களே
இக்கலத்தின் துடுப்புகள்''

''எக்கரையின் துறைமுகத்தில்
இப்பயணம் முடிவடையும்?''

''கரைகளே இந்தக்
கலமோட்டும் துடுப்பாளர்''

''காரிருளில் துருவமீன்
கண்சிமிட்டி அழைப்பதுண்டோ?''

''துருவமீன் இக்கலத்தில்
சுடர்கின்ற சைகைஒளி''

"இன்னுமிது எத்தனை
எத்தனை தூரமோ?
இன்னுமிது எத்தனை
எத்தனை காலமோ?"

"தூரமே இந்தத்
தோணிக்கு வழிகாட்டி
காலமே இந்தக்
கலம் விரித்த பாய்மரம்"

"இந்தக் கலத்தின்
ஏற்றுமதிச் சரக்கெதுவோ?"

"குருதிக் கறைகளால்
எழுத்தழிந்த வேதங்கள்
நியாய சபைதிரித்த
தூக்குக் கயிறுகள்
கருப்பை தயாரித்த
எலும்பு விலங்குகள்
வசந்தம் மிதித்து
மரித்த இளம்பூக்கள்
விளக்குச் சுடர்எரித்த
விட்டிலின் சிறகுகள்
புகைமயக்கில் கூட்டைவிட்டுக்
கீழ்வீழ்ந்த தேனீக்கள்
இலக்கணம் நிராகரித்த
அனாதை வார்த்தைகள்"

மானுடத்தின் மகுடாபிஷேகம்

பூமிக் கூட்டின்
மானுடக் குஞ்சுக்கு
காபிரியேலின் சிறகுகள்
முளைத்துவிட்டன

ஏ... கிரகக் கூடுகளே!
ஆரத்தியோடு காத்திருங்கள்

உங்கள் விதி எழுதுகோல்
இனி, அவன் கையில்

ஆகர்ஷண சமுத்திரம்
அவன் கைத்தடியின் அசைவுக்குப்
பிளந்து வழிவிடுகிறது

பிரபஞ்ச ரகசியத்தின்
பாறைக் கதவுகள்
அவன் 'சீஸேம்' முழக்கத்தில்
நடுநடுங்கி உடைகின்றன

அவன் அசுவமேதப்
புரவியின் குளம்புகளில்
நட்சத்திரப் புழுதி

வியர்வையின்
சுயத் தாரைவார்ப்பில்
விசுவரூபமெடுக்கும்
இந்த வாமனனுக்கு
வானங்களே!
நீங்கள் போதமாட்டீர்கள்

இன்று
ஆதாமின் பிள்ளையின்
பாதங்களில்
'ஜின்'களின் தலைவன்
தானே வந்து
தலைபணிகிறான்

பஞ்ச பூதங்கள்
கப்பம் கட்டப்
பிரபஞ்ச சிம்மாசனத்தில்
மானுடத்திற்கு
மகுடாபிஷேகம் நடக்கிறது

விலக்கப்பட்ட கனியின்
விதைகளிலிருந்தே
ஓ... அவன்
எத்தகைய சொர்க்கத்தைப்
படைத்துவிட்டான்!